अनुक्रमणिका

अध्ययनात सुचवलेली शैक्षणिक प्रक्रिया	अध्ययन निष्पत्ती
सर्व विद्यार्थ्यांना (वेगळ्या रूपात सक्षम मुलांसहित) वैयक्तिक, गटात कार्य करण्याची संधी आणि प्रोत्साहन मिळावे यासाठी – • मराठी भाषेत बोलण्याचे, चर्चा करण्याचे भरपूर स्वातंत्र्य आणि संधी दिली जावी. • मराठीमध्ये ऐकलेली गोष्ट, कविता, कथा इत्यादी आपल्या पद्धतीने मराठी भाषेत सांगण्याची/प्रश्न विचारण्याची तसेच त्यात आपल्या विचारांची भर घालण्याची संधी दिली जावी. • मुलांना त्यांच्या बोलीतील गोष्टी मराठीत सांगण्याची आणि इतर भाषांमध्ये (जी भाषा वर्गात वापरली जाते किंवा ज्या भाषांमध्ये मुले वर्गात बोलतात.) पुन्हा सांगण्याची संधी द्यावी. त्यामुळे त्या भाषांना वर्गात योग्य स्थान मिळू शकते आणि मुलांच्या शब्दसंपत्ती, अभिव्यक्तीच्या विकासास संधी मिळू शकेल. • वाचनकट्टा/ग्रंथालयात मुलांना स्तरांनुसार वेगवेगळ्या प्रकारचे मनोरंजक साहित्य उदा. बालसाहित्य, बालपत्रिका, फलक, दृक्-श्राव्य साहित्य उपलब्ध करून द्यावे. • वेगवेगळ्या कथा, कविता, फलक इत्यादींना चित्र आणि संदर्भ यांच्या आधाराने समजणे-समजावण्याची संधी दिली जावी. • विविध उद्देशांना लक्षात घेऊन अध्ययनाच्या विविध आयामांना इयत्तांमध्ये योग्य स्थान देण्याची संधी असावी. उदा. एखाद्या गोष्टीमध्ये एखादी माहिती शोधणे, एखादी घटना किंवा पात्रासंबंधी आपले तर्क किंवा मत मांडणे इत्यादी. • ऐकलेल्या, पाहिलेल्या गोष्टी मराठी भाषेत सांगण्याची संधी असावी. • मराठी भाषा शिकण्याची (नवे शब्द/वाक्य) आणि तिचा वापर करण्याची संधी दिली जावी. • संदर्भ आणि उद्देशांना अनुसरून उपयुक्त शब्द आणि वाक्य अभ्यासून, त्यांची रचना करण्याची संधी दिली जावी. • आपले कुटुंब, शाळा, परिसर, खेळाचे मैदान, गावातील चौक यांसारख्या विषयांवर किंवा स्वत: निवडलेल्या विषयांवर स्वत:चे अनुभव एकमेकांना सांगण्याची संधी दिली जावी. • एकमेकांनी सांगितलेल्या गोष्टी ऐकणे, पुस्तकातील गोष्टी वाचणे आणि त्यांवर आपले मत देणे, त्यात आपल्या विचारांची भर घालून विविध प्रकारे सांगण्याची संधी दिली जावी.	**अध्ययनार्थी –** 03.16.01 सांगितली जाणारी गोष्ट, कथा, कविता इत्यादी समजपूर्वक ऐकतात व आपली प्रतिक्रिया व्यक्त करतात. 03.16.02 गोष्टी, कविता इत्यादी योग्य आरोह-अवरोहांसह, योग्य गतीने व ओघवत्या भाषेत सांगतात. 03.16.03 ऐकलेल्या गोष्टी, कविता, विषय, पात्र, शीर्षक इत्यादींबाबत चर्चा करतात, प्रश्न विचारतात, आपली प्रतिक्रिया देतात, आपले मत मांडतात, स्वत:च्या पद्धतीने (गोष्टी, कविता इ.) मराठी भाषेत व्यक्त करतात. 03.16.04 आपल्या परिसरात घडणारे प्रसंग/घटना आणि भिन्न परिस्थितींत आलेले स्वत:चे अनुभव व्यक्त करतात, त्याविषयी चर्चा करतात आणि प्रश्न विचारतात. 03.16.05 गोष्टी, कविता किंवा इतर साहित्यप्रकार समजून घेऊन त्यांत स्वत:च्या माहितीची भर घालतात. 03.16.06 विविध साहित्यप्रकार/लेखनप्रकार (उदा. वर्तमानपत्र, बालसाहित्य) समजपूर्वक वाचून त्यांवर आधारित प्रश्न विचारतात, स्वत:चे मत व्यक्त करतात, शिक्षक, मित्र यांच्याबरोबर चर्चा करतात, विचारलेल्या प्रश्नांची उत्तरे तोंडी स्वरूपात देतात. 03.16.07 विविध प्रकारच्या रचना/मजकूर (उदा. वर्तमानपत्र, बालसाहित्य, जाहिराती) समजपूर्वक वाचल्यानंतर त्यावर आधारित प्रश्न विचारतात, आपले मत देतात, शिक्षक, मित्र यांच्याबरोबर चर्चा करतात व विचारलेल्या प्रश्नांची उत्तरे तोंडी वा सांकेतिक भाषेत देतात. 03.16.08 विविध साहित्यप्रकारांत आलेल्या नवीन शब्दांचा अर्थ समजून घेऊन त्यांचा अर्थ सुनिश्चित करतात. 03.16.09 विविध प्रकारच्या कथा, कविता, इतर साहित्य यांतील भाषेचे बारकावे ओळखून त्यांचा योग्य वापर करतात. (उदा. शब्दांची पुनरावृत्ती) 03.16.10 विविध प्रकारचा मजकूर (उदा. वर्तमानपत्र, बालसाहित्य, सूचनाफलक) समजपूर्वक वाचून त्यांवर आधारित प्रश्न विचारतात, मत व्यक्त करतात, शिक्षक, मित्र यांच्याबरोबर चर्चा करतात. 03.16.11 स्वत:च्या इच्छेने किंवा शिक्षकांनी ठरविलेल्या कृतीअंतर्गत जागरूकतेने व स्व-नियंत्रित पद्धतीने कथन करतात. 03.16.12 विविध उद्दिष्टांसाठी लेखन करताना पूर्णविरामचा जाणीवपूर्वक वापर करतात. 03.16.13 विविध प्रकारचा मजकूर (वर्तमानपत्र, बालसाहित्य, जाहिरात इ.) समजपूर्वक वाचन करून, त्यावर आपले मत सांगतात व विचारलेल्या प्रश्नांची उत्तरे सांगतात.

• अक्षरे व चिन्हे जोडा. शब्द बनवा.

- चित्रे पाहा. सांगा. वाचा.

मदन सकाळी लवकर उठतो.

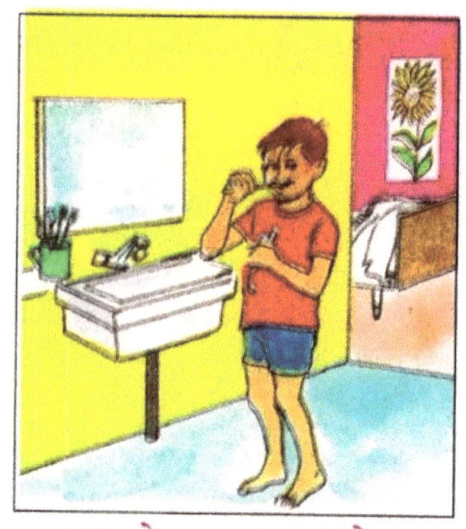

राजू रोज दात घासतो.

मुले रोज मैदानावर खेळतात.

रामण्णा स्वतःचे सामान स्वतः नेतात.

चिनू चित्र रंगवतो.

जॉनला पक्षी पाहायला आवडतात.

राष्ट्रगीत

जनगणमन-अधिनायक जय हे
भारत-भाग्यविधाता ।
पंजाब, सिंधु, गुजरात, मराठा,
द्राविड, उत्कल, बंग,
विंध्य, हिमाचल, यमुना, गंगा,
उच्छल जलधितरंग,
तव शुभ नामे जागे, तव शुभ आशिस मागे,
गाहे तव जयगाथा,
जनगण मंगलदायक जय हे,
भारत-भाग्यविधाता ।
जय हे, जय हे, जय हे,
जय जय जय, जय हे ॥

प्रतिज्ञा

भारत माझा देश आहे. सारे भारतीय माझे बांधव आहेत.

माझ्या देशावर माझे प्रेम आहे. माझ्या देशातल्या समृद्ध आणि विविधतेने नटलेल्या परंपरांचा मला अभिमान आहे. त्या परंपरांचा पाईक होण्याची पात्रता माझ्या अंगी यावी म्हणून मी सदैव प्रयत्न करीन.

मी माझ्या पालकांचा, गुरुजनांचा आणि वडीलधाऱ्या माणसांचा मान ठेवीन आणि प्रत्येकाशी सौजन्याने वागेन.

माझा देश आणि माझे देशबांधव यांच्याशी निष्ठा राखण्याची मी प्रतिज्ञा करीत आहे. त्यांचे कल्याण आणि त्यांची समृद्धी ह्यांतच माझे सौख्य सामावले आहे.

१. झोका

• ऐका व म्हणा.

सुताचा दोर
झाडाला टांगला,
बाळूचा झोका
तयार झाला.

झोक्यावर बाळू
घेतो झूल,
क्षणात वाऱ्याला
देतो हूल.

बाळूचा झोका
मागे-पुढे,
बाळूच्या अंगावर
फुलांचे सडे.

बाळूला झोका
देते ताई,
दुरून बघतात
बाबा-आई.

झोक्यावर बाळू
दिसतो कसा ?
निळ्या आभाळी
चांदोबा जसा.

– दादासाहेब कोते

शिक्षकांसाठी : गाणे तालासुरात, साभिनय म्हणून दाखवावे. गाण्याची एकेक ओळ म्हणावी. विद्यार्थ्यांना मागे म्हणण्यास सांगावे. गटात व वैयक्तिकरीत्या गाणे, तालासुरात, साभिनय म्हणून घ्यावे.

२. सिंह आणि कोल्हा

- चित्रे पाहा. प्रत्येक चित्रात काय काय दिसते ते सांगा.
- गोष्ट ऐका. गोष्ट सांगा.

एक होते जंगल. तिथे होता सिंह. तो पडला आजारी. कोल्हा आला त्याला भेटायला. सिंह म्हणाला, ''मला भूक लागली. मी आजारी आहे. तू इथे जवळच शिकार शोध.''

''हं, लगेच निघतो'' कोल्हा म्हणाला. कोल्ह्याला रानात मेंढ्या चरताना दिसल्या.

कोल्हा मनाशी म्हणाला, 'व्वा ! चांगली शिकार आहे. एक मेंढी पकडू. सिंहाकडे घेऊन जाऊ.' कोल्हा हळूहळू मेंढीजवळ जाऊ लागला. कुत्रा दुरून हे पाहत होता.

कुत्रा कोल्ह्याच्या मागे धावला. कोल्हा वेगाने पळून गेला.

कोल्हा मनाशीच म्हणाला, 'सुटलो बुवा एकदाचा. चला, आता सिंहाकडे जाऊ.'

सिंह म्हणाला, ''काय रे, काय झालं ? कुठे आहे शिकार ?''

कोल्हा म्हणाला, ''शिकार दिसली, मी पकडायचा प्रयत्न केला. तेवढ्यात कुत्रा माझ्यावर धावून आला, म्हणून मी परत आलो. आता जातो. दुसरी शिकार शोधतो.''

पुढे काय झाले असेल, ते तुम्ही सांगा.

- चित्रे पाहा. प्रत्येक चित्रात काय कमी व काय जास्त ते ओळखा व सांगा.

३. आपण सारे खेळू

- प्रत्येक चित्रात काय काय दिसते ते सांगा.
- गोष्ट ऐका. गोष्ट सांगा.

अंगणात मुले चेंडू खेळत होती.
रोझी एकटीच बसून खेळ बघत होती.

रोझीची आई अंगणात आली. ती
म्हणाली, ''रोझीला खेळायला घ्या ना.
ती एकटीच बसून आहे.''

एक मुलगी म्हणाली, ''तिच्याबरोबर कसं
खेळायचं ? तिला नीट चालता येत नाही.''
हे ऐकून रोझीच्या आईला वाईट वाटले. ती
घरात परत गेली.

रोझी कधी खेळाकडे तर कधी इकडे तिकडे बघू लागली.

कुत्र्याचे एक पिलू अचानक रोझीकडे आले. रोझीने पिलाकडे पाहिले. 'अय्या ! किती गोंडस पिलू आहे हे !' तिने आईला हाक मारली, ''आई, लवकर बाहेर ये ना !''

आई बाहेर आली. पिलाला पाहिले. त्याला कुरवाळले.

''आई, आपण हे पिलू आपल्याकडेच ठेवूया.'' रोझी म्हणाली.

''रोझी, पिलू खरंच खूप गोंडस आहे. ते आपल्याकडे ठेवू. ते तुझ्याबरोबर खेळेल. तू पिलाकडे लक्ष ठेव. तू त्याला रोज खाऊपिऊ घाल, म्हणजे त्याला तुझा लळा लागेल. मी तुला मदत करीन.'' आई म्हणाली.

मुलांचा खेळ संपला. ती आपसात बोलू लागली. तेवढ्यात रोझीच्या घरातून कुत्र्याच्या भुंकण्याचा आवाज आला. मुलगा म्हणाला, ''चला, आपण रोझीकडे जाऊ. तिच्या घरी कुत्र्याचं पिलू आहे. ते आपण पाहू.''

एक मुलगी रोझीला म्हणाली, ''किती छान पिलू आहे. हे कुठून आणलंस?''

''अगं आणलं नाही, आलंय असंच.'' रोझी म्हणाली.

''हे बघ, तुझ्या पिलासाठी आम्ही खाऊ आणू आणि रोज तुझ्याकडे येत जाऊ, पिलाशी आणि तुझ्याशी खेळायला.'' एक मुलगी म्हणाली. रोझीला आनंद झाला.

''बरं झालं रोझी ! या पिलामुळे तुला सगळ्यांबरोबर खेळायला मिळेल.'' आई म्हणाली.

४. वारांचे गाणे

• ऐका व म्हणा.

गाणी, गप्पा-गोष्टींचा,
सोमवार आमच्या आवडीचा.
कृतीतून परिसर शिकण्याचा,
मंगळवार असे निरीक्षणाचा.
कागद, माती, विविध रंग,
बुधवारी आम्ही त्यातच दंग.
भाषणासाठी जितू उभा,
गुरुवारी जमली बालसभा.
पाने, फुले, जंगल सफरी,
सहलीला जाऊ शुक्रवारी.
खेळण्यात आनंद वाटे भारी,
कवायत आमची शनिवारी.
शाळेला सुट्टी रविवारी,
मित्र येती खेळायला घरी.

• वारांची नावे ऐका. म्हणा.

• वारांची नावे कवितेच्या क्रमाने सांगा. नावांच्या शब्दपट्ट्या क्रमाने लावा.

• गुरुवारच्या आधीचा व नंतरचा वार कोणता ?

• शब्दपट्ट्यांवरील वारांची नावे वाचा. प्रत्येक नावाच्या शेवटी कोणता उच्चार येतो ते सांगा. त्या उच्चाराचे अक्षर दाखवा.

• मराठी दिनदर्शिकेवर वारांची नावे दाखवा. वाचा.

• पाचअक्षरी वाराचे नाव सांगा.

• शाळेतील तुमच्या आवडीचा तास कोणत्या विषयाचा ? तो का आवडतो, ते सांगा.

शिक्षकांसाठी : १. गाणे तालासुरात, साभिनय म्हणून दाखवावे. विद्यार्थ्यांना मागे म्हणण्यास सांगावे. विद्यार्थ्यांना स्वतःच्या सोबत गाणे म्हणण्यास सांगावे. वारांच्या नावांच्या शब्दपट्ट्या मोठ्या अक्षरांत करून घ्याव्या. सात विद्यार्थ्यांना गोलाकार उभे करावे. प्रत्येकाकडे वाराच्या नावाची पट्टी द्यावी. एका वाराच्या ओळी एका विद्यार्थ्याला, याप्रमाणे क्रमाक्रमाने गाणे म्हणण्यास सांगावे. २. वर्गात रोजचा वार, दिनांक, दिनविशेष सांगावा, तसेच दिनदर्शिकेत तो वार, दिनांक दाखवावा. रोजचा वार व दिनांक सांगण्याची, तसेच दिनदर्शिकेत दाखवण्याची विद्यार्थ्यांना सवय लावावी.

५. चित्रांसंबंधी बोला

- पाहा व बोला
- ऐका व दाखवा

समिरा पोहते.

किशोरी दूध पिते.

नीता बसमधून उतरते.

महेशने कागद फाडला.

मनीष किल्ला बनवतो.

विमान आकाशात उडते.

राजूच्या मागे कुत्रा धावतो.

हीना गोष्टीचे पुस्तक वाचते.

दिनू पलंगावर झोपला आहे.

साहिल हत्तीला अंघोळ घालतो.

मधुरा दोरीवरच्या उड्या खेळते.

अभय आणि मीना गप्पा मारत आहेत.

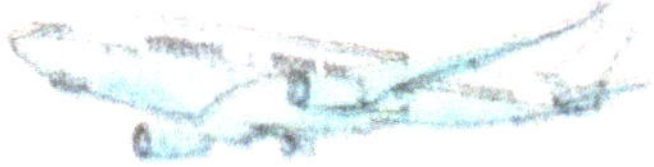

शिक्षकांसाठी : प्रत्येक चित्रात काय काय दिसते ते विचारावे. शिक्षकांनी एकेक वाक्य वाचावे. विद्यार्थ्यांना वाक्याचे वर्णन असणारे चित्र दाखवण्यास सांगावे. पुरेशा सरावानंतर शिक्षकांनी एकेका विद्यार्थ्याला पुढे बोलवावे. त्याच्या आवडीची कृती करायला सांगावे. त्याने केलेल्या कृतीचे वाक्य वर्गातील इतर मुलांनी सांगावे. ते वाक्य फलकावर लिहावे. वाक्यांतील सारख्या उच्चाराने शेवट होणाऱ्या शब्दांचे गट करण्यास सांगावे. हे शब्दगट फलकावर लिहावे. सारखे अक्षर अधोरेखित करून दाखवावे.

६. एकमेकांशी बोला

- पाहा व बोला.
- ऐका व म्हणा.

मुलगा : हा वेगळाच चेंडू दिसतो !

मुलगी : नाही. हा चेंडू नाही. हे कवठ आहे. हे फळ आहे.

मुलगी : काका, तुम्ही काय करता ?

काका : मी झाडाला पाणी घालतो.

मुलगा : आई, याला काय म्हणतात ?

आई : याला फुलदाणी म्हणतात.

आजी : तू कुठे चाललीस ?

मुलगी : मी शाळेत चालले.

मुलगी : तू कापडी पिशवी का घेतलीस ?

मुलगा : आता प्लॅस्टिकचा वापर करायचा नाही.

शिक्षकांसाठी : विद्यार्थ्यांना एकेका चित्राचे निरीक्षण करायला सांगावे. चित्राशेजारचा संवाद वाचून दाखवावा व मागे म्हणून घ्यावा. वर्गातील दोन-दोन मुलांना संवादाप्रमाणे कृती करायला सांगावे व त्यांच्याकडून संवाद म्हणून घ्यावा. पुस्तकात दिलेल्या संवादाव्यतिरिक्त वेगळे संवाद विद्यार्थ्यांना सादर करण्याची संधी द्यावी.

७. चला, मोजूया

• ऐका. म्हणा.

मोजू चला. मोजू चला.
अंक घेऊ मदतीला.
एक कान कपाला.
दोन कान माणसाला.
तीन चाके रिक्षाला.
चार पाय हत्तीला.
पाच बोटे पायाला.
सहा कोन षट्कोनाला.
सात रंग इंद्रधनुचे.
आठ पाय कोळ्याचे.
नऊच्या पुढे मोजायला.
शून्य घेऊ सोबतीला.

• पाहा. ऐका. म्हणा. वाचा.

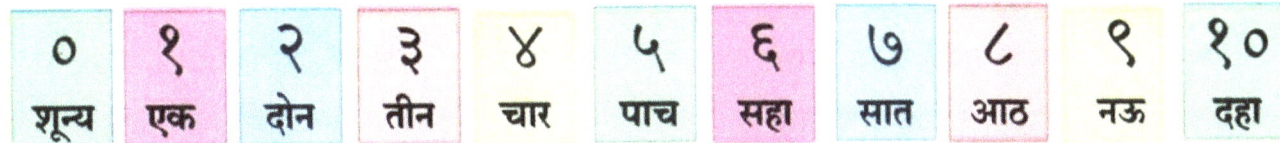

०	१	२	३	४	५	६	७	८	९	१०
शून्य	एक	दोन	तीन	चार	पाच	सहा	सात	आठ	नऊ	दहा

• फळे ओळखा. नावे सांगा. फळे मोजा. संख्या लिहा.

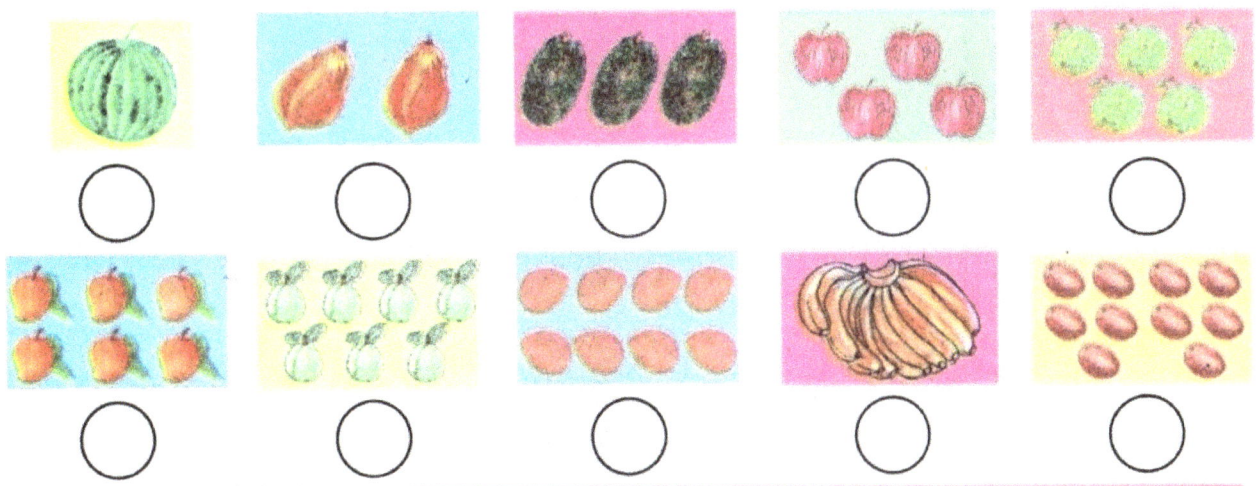

शिक्षकांसाठी : गाणे तालासुरात, साभिनय म्हणून दाखवावे. गाण्याची एकेक ओळ ऐकवावी. मागे म्हणण्यास सांगावे. विद्यार्थ्यांना स्वतःच्या सोबत गाणे म्हणण्यास सांगावे. फळांच्या नामपट्ट्या द्याव्या. त्या नामपट्ट्या फळांच्या चित्राशेजारी ठेवण्यास सांगावे. आपापल्या भागात मिळणाऱ्या फळांची, भाज्यांची चित्रे व नामपट्ट्या तयार कराव्या. त्यांच्या जोड्या जुळवण्याचा खेळ घ्यावा.

स्वाध्याय

• जोड्या जुळवा.

चित्रे

०	शून्य
३	एक
४	दोन
१	तीन
२	चार
७	पाच
५	सहा
६	सात
१०	आठ
८	नऊ
९	दहा

• पुस्तकातील पृष्ठांवरील अंकी व अक्षरी क्रमांक वाचा.

शिक्षकांसाठी : अंकी व अक्षरी कार्डांच्या जोड्या जुळवण्याचा खेळ घ्यावा.

८. चित्रकथा

- चित्रे पाहा, प्रत्येक चित्रात काय काय दिसते ते सांगा.
- गोष्ट ऐका व सांगा.

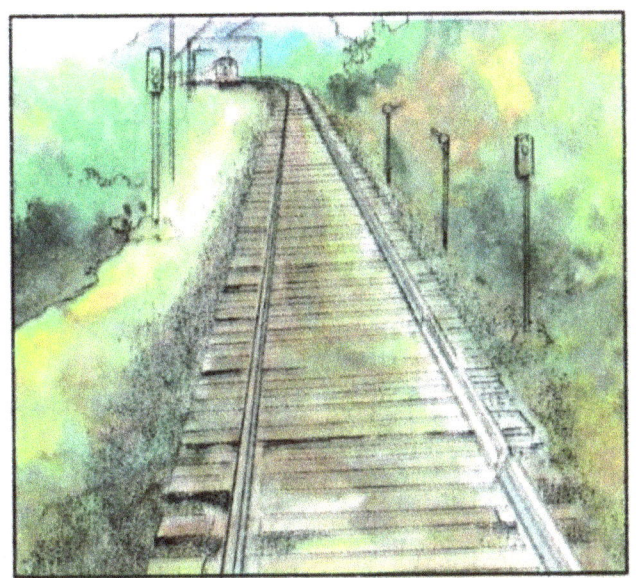

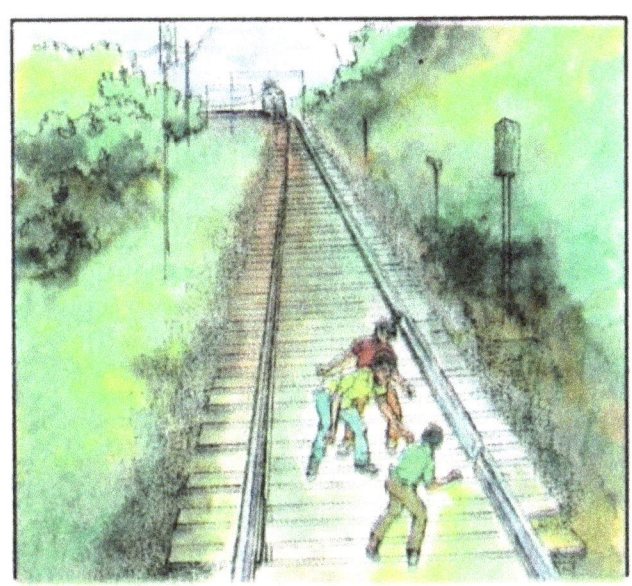

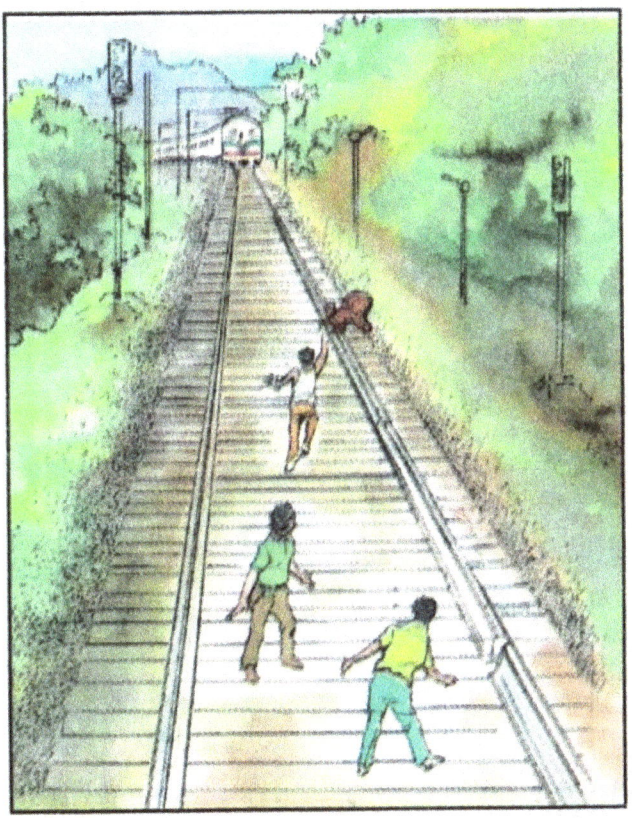

९. आईचां वाढदिवस

- ऐका व म्हणा.

  आज सागरच्या आईचा वाढदिवस.

  अजय आला. अभय आला.

  सायरा आली. अनू आली.

  सागरने चटई अंथरली.

  मुले चटईवर बसली.

  आईने वाढला चमच्याने खाऊ.

  आपण सगळे मिळून खाऊ

  सागरच्या आईला शुभेच्छा देऊ.

- सांगा.

  - तुमच्या मित्रांची–मैत्रिणींची नावे सांगा.

  - तुमच्या कुटुंबात कोण कोण राहते ?

  - तुमच्या आईचा, वडिलांचा वाढदिवस तुम्ही कसा साजरा करता ?

  - तुम्ही तुमच्या मित्रमैत्रिणींच्या वाढदिवसाला गेला होता का ? तिथे वाढदिवस कसा साजरा केला ते सांगा.

- पाहा. ऐका व म्हणा. वाचा.

चटई

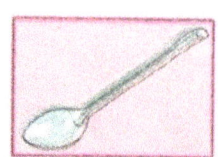

चमचा

- ऐका व म्हणा. सारख्या अक्षरांखाली रेघ ओढा.

उदा., अजय, अभय, अनू   आई, आईचा, आईला, आईने   आज, आपण, आला, आली

सागर, सायरा   खाऊ, देऊ   आई, चटई   अजय, अभय

शिक्षकांसाठी : १. विद्यार्थ्यांनी सांगितलेली कुटुंबातील व्यक्तींची व मित्रांची नावे फलकावर लिहावी. वाचून दाखवावी. विद्यार्थ्यांकडून वाचून घ्यावी. या नावांतील सारख्या अक्षराने सुरुवात किंवा शेवट होणाऱ्या नावांचे गट करावे. त्यातील सारखी अक्षरे वाचून दाखवावी. विद्यार्थ्यांकडून शब्द व सारखी अक्षरे वाचून घ्यावी. परिचित झालेल्या अक्षरांपासून शब्द बनवण्याचा खेळ घ्यावा. २. वर्गातील एका विद्यार्थ्याला त्याच्या कुटुंबातील व्यक्तींची नावे विचारावी. ती फलकावर लिहावी व नावावरून कुटुंबवृक्ष तयार करून दाखवावा. विद्यार्थ्यांना पालकांच्या मदतीने त्यांचा स्वतःचा कुटुंबवृक्ष तयार करायला सांगावे.

- ऐका. शब्दपट्टी पाहा. वाचा. तुमच्या कुटुंबातील व नात्यातील व्यक्तींची नावे सांगा.

आई वडील	बहीण भाऊ	आजोबा आजी	काका काकी	मामा मामी

- गोलातील अक्षर जोडलेले शब्द ऐका. वाचा. शब्दांतील सारख्या अक्षरांखाली रेघ ओढा.

च — टई, मचा : चटई, चमचा	अ — जय, भय, नू : अजय, अभय, अनू	खा, दे — ऊ : खाऊ, देऊ
अज, अभ — य : अजय, अभय	सा — यरा, गर : सायरा, सागर	आ — ज, ई : आज, आई

- ऐका. वाचा.

अ   च   य   सा   ऊ   आ   ई

- वरील अक्षरांनी सुरुवात किंवा शेवट होणारे तुम्हांला माहीत असलेले शब्द सांगा.
- पाहा. ऐका. समजून घ्या. वाचा.

स ा सा   च ा चा   य ा या

- खालील अक्षरे जुळवा. शब्द बनवा. वाचा.

अ आ   च चा   य या   स सा   ऊ   ई

उदा., साय, या.

- पाहा. गिरवा. लिहा. वाचा.

अ ....

आ ....

- ऐका. म्हणा. सांगा.

उदा., (१) चटई – चटई अंथरली. चटई गुंडाळली. (२) खाऊ – खाऊ दिला. खाऊ खाल्ला.

(अ) चादर – (आ) सतरंजी – (अ) ऊस – (आ) लाडू –

१०. ससोबा

• ऐका. म्हणा. कृती करा.

ससा रे ससा.
असा रे कसा ?
ताठ असती तुझे कान.
तोंडावरती मिश्या छान.
डोळे तुझे लाल लाल.
गुबगुबीत तुझे गाल.
अंग तुझे पांढरे पांढरे,
दिसे किती छान गोजिरे.
शेपटी तुझी इवलीशी,
हालवतोस अशी कशी ?
गवत खातो कुरुकुरु.
चालतोस तू तुरुतुरु.
चाहूल लागता थोडीशी,
मारतोस तू दडी कशी ?
असा रे कसा,
भित्रा तू ससा ?

– बालाजी बिरादार

• ऐका. म्हणा.

(अ) सशाचे कान – ताठ
(आ) सशाचे डोळे – लाल लाल
(इ) सशाचे गाल – गुबगुबीत
(ई) सशाचे अंग – पांढरे पांढरे
(उ) सशाची शेपटी – इवलीशी
(ऊ) सशाच्या मिश्या – छान

• एकच शब्द दोन वेळा वापरून तयार झालेले शब्द या कवितेत आले आहेत.
उदा., लाललाल. असे तुम्हांला माहीत असलेले शब्द सांगा.

११. गाय

• ऐका. म्हणा.

ही पाहा गाय.
गाय गवत खाते.
आपल्याला दूध देते.
सुमित ऊठ.
गवत आण. गाईला दे.
गजू इकडे ये.
भांडे घे. बाबांना दे.
बाबांनी गाईचे दूध काढले.
आईने मुलांना दूध दिले.
मुलांनी दूध केले फस्त.
आरोग्य त्यांचे झाले मस्त.

• पाहा. ऐका. म्हणा. वाचा.

गवत

गाय

भांडे

• ऐका. म्हणा.

गाय	गवत	सुमित	गजू	भांडे

खा – खाते – खातो
दे – देते – देतो
ये – येते – येतो

घे – घेते – घेतो
पी – पिते – पितो
आण – आणते – आणतो

ऊठ –
काढ – काढत – काढता
पाहा – पाहते – पाहतो

• ऐका. पाहा. कृती करा.

खा दे घे ये पी पाहा आण ऊठ काढ

- पाहा. ऐका. म्हणा.

| उंट | ससा | हरिण | कासव | हत्ती | घोडा |

- तुम्ही कोणकोणते प्राणी पाहिले आहेत ? त्यांची नावे सांगा.

- जोडीतील शब्द ऐका. सारख्या अक्षरांना गोल करा. गोलातील अक्षरे वाचा.

हत्ती हरिण
गवत सुमित
गाल लाल
गवत गजू
कान छान

ह न
ल ग
त

- वरील अक्षराने सुरुवात किंवा शेवट होणारे तुम्हांला माहीत असलेले शब्द सांगा.

- पाहा. ऐका. समजून घ्या. वाचा.

| त ा ता | ग ा गा | न ा ना | ह ा हा | ल ा ला |

- पाहा. ऐका. म्हणा. वाचा.

लहान   चहा   चला   वाचा   साल   लस   अननस

- अक्षरे जुळवा. शब्द बनवा. वाचा.

हा   न   त   सा   स   ल   च

8DC1AX

उदा., तहान, सहा.

- पाहा. गिरवा. लिहा. वाचा.

त .... ता .... न .... ना .... ल .... ला ....

शिक्षकांसाठी : १. प्राण्यांची चित्रे व त्यांच्या नामपट्ट्या (शब्दपट्ट्या) तयार कराव्या. विद्यार्थ्यांचे दोन गट करावे. एका गटाकडे प्राण्यांची चित्रे व दुसऱ्या गटाकडे नामपट्ट्या द्याव्या. त्यांच्या जोड्या जुळवण्याचा खेळ घ्यावा. २. या पाठापर्यंत झालेल्या अक्षरांची कार्डे बनवावी. कार्डे गटांत द्यावी. अक्षरकार्डे जुळवून शब्द बनवण्यास सांगावे. विद्यार्थ्यांनी बनवलेले शब्द फलकावर लिहून वाचून घ्यावे.

टीप : सारख्या अक्षराने सुरुवात किंवा शेवट होणारे शब्दगट तयार करण्यासाठी पाठ १० व ११ मधील शब्द एकत्र घेतले आहेत. याप्रमाणे पुढील पाठांमध्येही दोन पाठांतील शब्द एकत्र केलेले आहेत.

१२. शब्दबाग – १

• शब्द ऐका. म्हणा. वाचा. वाक्ये तयार करा.

हसन नयन लहान तहान — नाच

आई सई ताई सनई — या

नाग आग साग ताग — गा

ताल लाल गाल चल — चला

सात हात गात सतत आत — आला

अननस तास लस हास ऊस साहस — हसा

उदा.,
ताई चल.
हसन आला.
सई नाच.
नयन गाते.

• पाहा. ऐका. म्हणा.

• शब्दपट्ट्या वापरून वरीलप्रमाणे शब्दांची गाडी तयार करा. शब्द वाचा.

शिक्षकांसाठी : शब्दबागेत दिलेल्या शब्दांचे वाचन करून घ्यावे. वाचनाचा सराव द्यावा. त्या शब्दांचा उपयोग करून वाक्ये बनवून घ्यावी. वाक्ये बनवायला विद्यार्थ्यांना मदत करावी. गाडी तयार करण्यासाठी गटागटांत शब्दपट्ट्या द्याव्या.

१३. आमचा वर्ग

* ऐका. म्हणा.

मी धनू. मी तिसरीत आहे.
हा माझा वर्ग.
आम्ही आमचा वर्ग साफ करायचे ठरवले.
मी वर्ग उघडला. एरिनाने खिडकी उघडली.
मनीषने झाडू घेतला. वर्ग झाडला.
चिनप्पाने जिना झाडला.
फरिदा, मदन यांनी कचरा भरला.
एकनाथने बाके पुसली. कपाट पुसले.
मीनाने फळा पुसला.
खडूने फळ्यावर सुविचार लिहिला.
काशीनाथने दरवाजा पुसला.
सारा वर्ग साफ झाला.
आम्हांला खूप आनंद झाला.

सुविचार : स्वच्छ वर्ग – सुंदर वर्ग.

* पाहा. ऐका. म्हणा. वाचा.

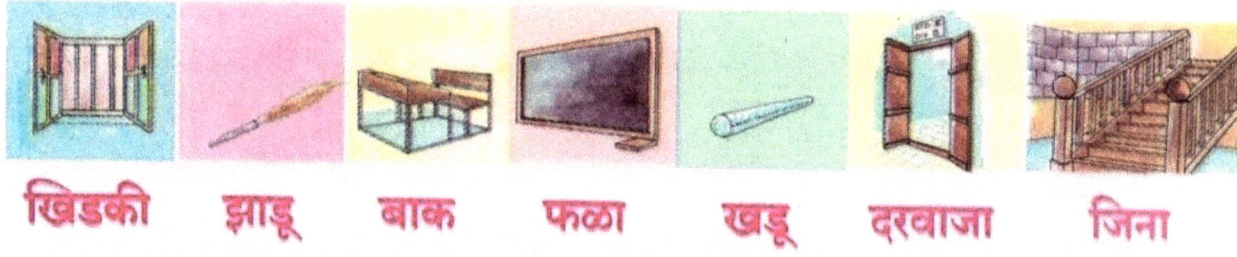

खिडकी झाडू बाक फळा खडू दरवाजा जिना

* ऐका. म्हणा.

एरिना मनीष एकनाथ मीना चिनप्पा काशीनाथ फरिदा मदन धनू

* गोलातील अक्षर जोडलेले शब्द ऐका. सारख्या अक्षरांखाली रेघ ओढा. शब्द वाचा.

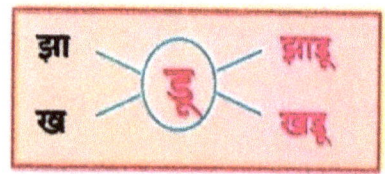

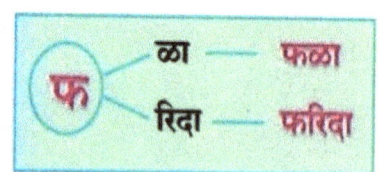

झा	डू	झाडू
ख	डू	खडू

फ	ळा	फळा
फ	रिदा	फरिदा

* जोडीतील शब्द ऐका. सारख्या अक्षरांखाली रेघ ओढा.

मदन मनीष | कचरा कपाट | एकनाथ काशीनाथ | एकनाथ एरिना

- ऐका. म्हणा. वाचा.

क फ म थ डू ए

- वरील अक्षराने सुरुवात किंवा शेवट होणारे तुम्हांला माहीत असलेले शब्द सांगा.

- पाहा. ऐका. समजून घ्या. वाचा.

ड	ू	डू	फ	ू	फू	म	ू	मू
क	ू	कू	च	ू	चू	य	ू	यू
स	ू	सू	त	ू	तू	थ	ू	थू

- पाहा. ऐका. म्हणा. वाचा.

काम मका डास सडा समई एकता कडक चूल आत चकचक चमचम साफसफाई

- खालील अक्षरे जुळवून शब्द बनवा व वाचा.

चा स ला न ल ता तू फा फू

मा मू ए क का कू ड डा

उदा., चाक, एक.

- ऐका. म्हणा.

मी तिसरीत आहे.

आम्ही तिसरीत आहोत.

- वाचा.

मामा या. आई मामा आला.

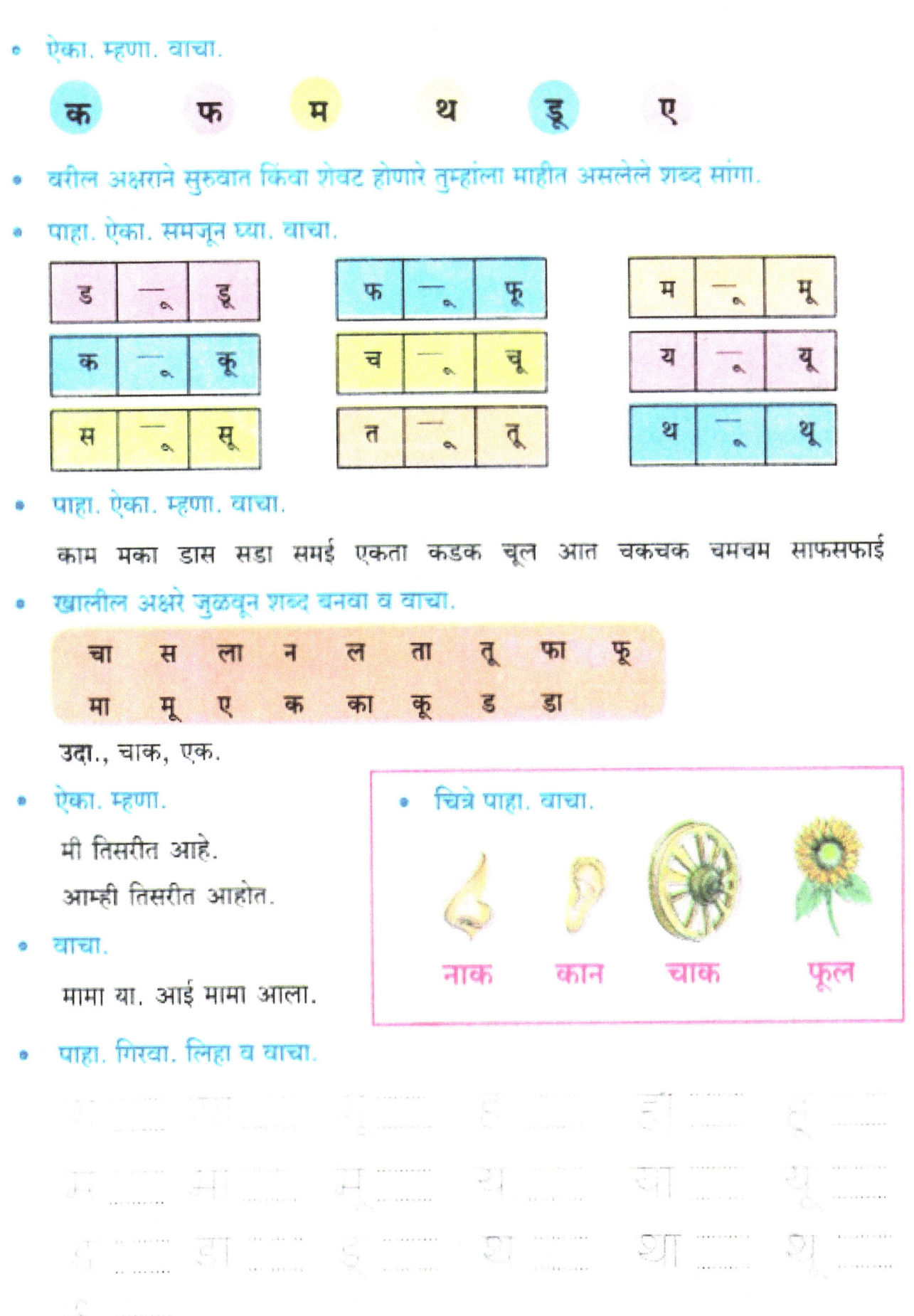

- चित्रे पाहा. वाचा.

नाक कान चाक फूल

- पाहा. गिरवा. लिहा व वाचा.

म मा मू य या यू

ड डा डू थ था थू

१४. पाऊस-पाणी

• ऐका व म्हणा.

टप्टप् थेंबांनी तळे साचले.

धोधो पावसाने धरण भरले.

धरणाचे पाणी शेतात खेळे.

धान्याचे कणीस वाऱ्यावर डुले.

हिरवी धरती आनंदाने डोले.

पावसाने दिले सर्वांना पाणी.

शेतकरी गातो पावसाची गाणी.

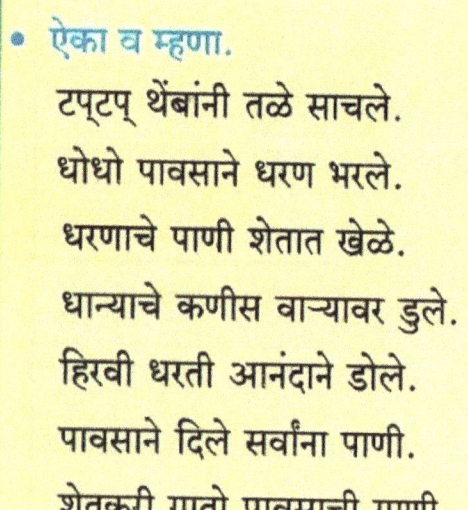 

• पाहा. ऐका. म्हणा.

     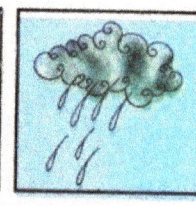

तळे   धरण   कणीस   शेत   शेतकरी   पाऊस

• शब्द ऐका. सारखी अक्षरे ओळखा. वाचा.

शेत	पाणी	पाऊस	धरती
शेतकरी	गाणी	पाणी	धरण
शे	णी	पा	ध

• ऐका. म्हणा.

शे   णी   पा   ध

• वरील अक्षरांनी सुरुवात किंवा शेवट होणारे तुम्हांला माहीत असणारे शब्द सांगा.

• जोड्या जुळवा.

तळे	धरण	कणीस	शेत	शेतकरी	पाणी	गाणी

धरण	कणीस	तळे	पाणी	शेत	गाणी	शेतकरी

• पाहा. ऐका. समजून घ्या. वाचा.

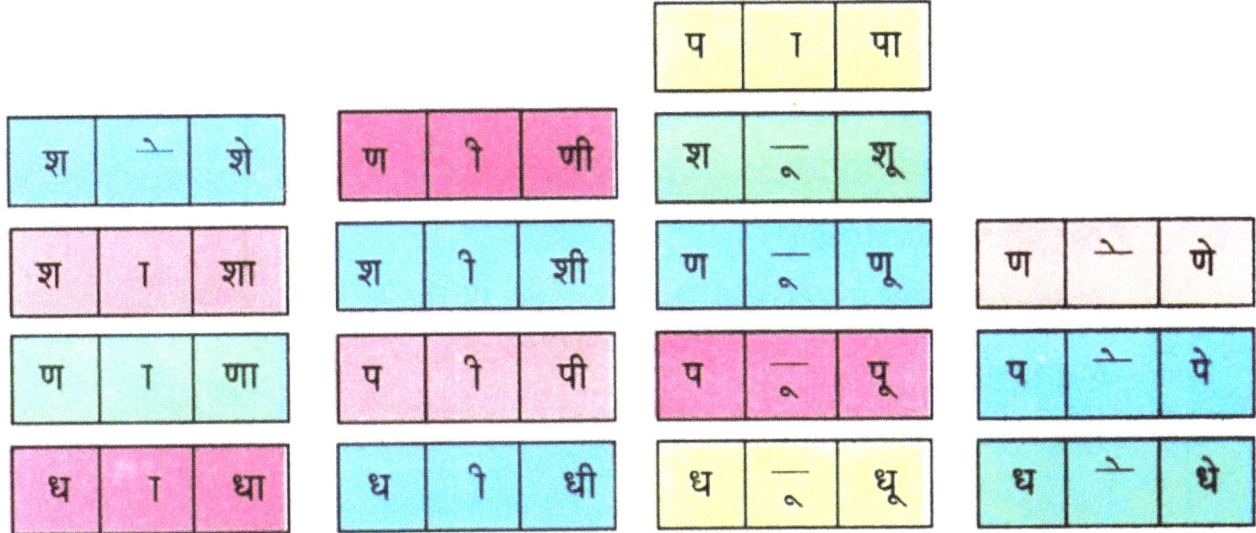

श	े	शे
श	ा	शा
ण	ा	णा
ध	ा	धा

ण	ी	णी
श	ी	शी
प	ी	पी
ध	ी	धी

प	ा	पा
श	ू	शू
ण	ू	णू
प	ू	पू
ध	ू	धू

ण	े	णे
प	े	पे
ध	े	धे

• खालील अक्षरांना जोडलेली े, ी, ू, ा ही चिन्हे गिरवा. वाचा.

पे पी पू से सू सी मे मा सा

• चित्रे पाहा. नावे वाचा.

लसूण

पाल

फणस

साडी

पेन

पालक

पाय

कप

पीस

साप

• ऐका. वाचा.

कडकड, धडधड, फणफण, शाल, आपला, एकी, कीड, आपली,
आपले, लालेलाल, केस, तेल, पेला, फेस, शेकणे.

• चित्रे पाहा. समजून घ्या. नावे वाचा.

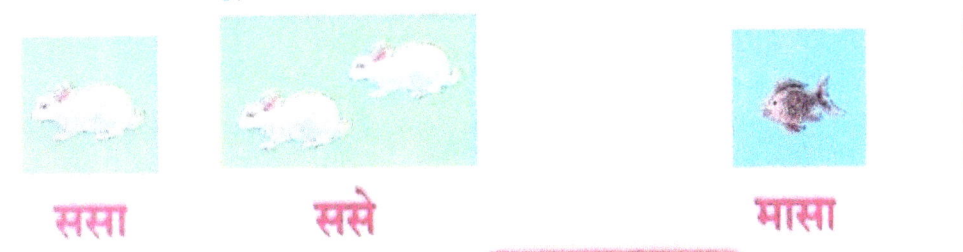

ससा

ससे

मासा

मासे

- खालील शब्द उलट–सुलट वाचा.

  डालडा, कडक, नयन, नमन.

- पाहा. गिरवा. लिहा. वाचा.

ऊ ....

श .... शा .... शी .... शू .... शे ....

प .... पा .... पी .... पू .... पे ....

फ .... फा .... फी .... फू .... फे ....

ण .... णा .... णी .... णू .... णे ....

- वरील अक्षराने सुरुवात किंवा शेवट होणारे तुम्हांला माहीत असलेले शब्द लिहा.

- पाहा. सांगा – पाणी कशासाठी ?

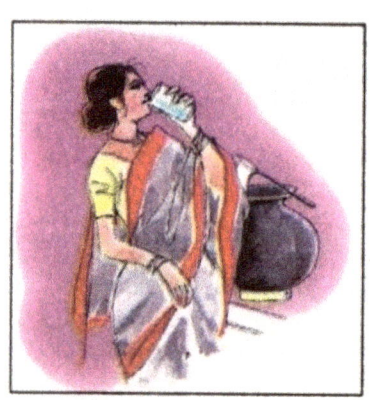  

पाणी जपून वापरा.

शिक्षकांसाठी : १. विद्यार्थ्यांना चित्राचे निरीक्षण करायला सांगावे. चित्रांसंबंधी बोलायला सांगावे. चित्रांचे वर्णन करणारे शब्द सांगावे. चित्रात दाखवल्यापेक्षा पाण्याचे वेगवेगळे उपयोग विचारावे. २. या पाठापर्यंत झालेल्या अक्षरांना े , ी ही चिन्हे जोडून वाचून घ्यावे.

१५. कला आमची

• ऐका. म्हणा.

आज वर्गात कला-शिक्षणाचा
तास होता.
बाईंनी आवडेल ते काम
करायला सांगितले.
नेहाने आगपेटीचे घर बनवले.
तिच्या मैत्रिणीने कागदाचा
पक्षी बनवला.
पक्षी आगपेटीच्या घराच्या
छतावर बसवला.
वहिदाने वहीत पक्ष्यांचा थवा काढला.
श्रीनाथने खराट्याच्या काड्यांची छत्री बनवली.
अफजलने फरशीवर खडूने घरटे काढले. सगळे कलेत दंग झाले.

• पाहा. ऐका. म्हणा. वाचा.

घर

घरटे

छत

छत्री

श्रीनाथ

खराटा

खडू

वही

पक्षी

आगपेटी

• सांगा.

(अ) 'कला-शिक्षणाच्या' तासाला तुम्ही कोणकोणत्या वस्तू तयार केल्या ?

(आ) तुम्ही कोणकोणती चित्रे काढली ?

(इ) तुमची कोणती वस्तू किंवा चित्र वर्गात सर्वांना आवडले ?

१६. चित्रवर्णन

• चित्र पाहा. चित्रात काय काय दिसते ते सांगा.

• चित्राशी संबंधित शब्द ऐका. म्हणा.

शाळा	मैदान
खेळ	लंगडी
लगोरी	मुले
फुलझाडे	दोरी
उड्या	घसरगुंडी
खो-खो	झोका
मुलगा	मुलगी

• चित्राशी संबंधित वरील शब्द वापरा. वर्णन करा.

उदा., ही शाळा आहे.

शाळेसमोर मैदान आहे.

मैदानावर मुले खेळत आहेत.

एक मुलगी झोका खेळत आहे.

....

....

१७. गमतीशोध

• चित्रे पाहा, त्यांतल्या गमती शोधा, सांगा.

शिक्षकांसाठी : विद्यार्थ्यांना प्रत्येक चित्राचे निरीक्षण करायला सांगावे. प्रत्येक चित्रात कोणती गंमत आहे ते विचारावे. अशी आणखी गमतीदार चित्रे काढण्यास सांगावे.

२६ – सव्वीस

१८. आठवडी बाजार

- ऐका. म्हणा.

हा आमचा गाव.
ही आमच्या गावची टेकडी.
टेकडीच्या बाजूला ओढा आहे.
टेकडीच्या पायथ्याशी छोटेसे मैदान आहे.
तिथे आठवडी बाजार भरतो.
भाज्या विकणारे ओळीत बसतात.
सई आईबरोबर बाजारात गेली.
कांदे, बटाटे, टमाटे, पालक घेतला.
दोघी बाजारात फिरल्या.
फुले घेतली. फुगे घेतले.
पेढे घेतले.
दोघी घरी परत निघाल्या.

- सांगा.

(अ) तुमच्या गावात आठवडी बाजार भरतो का ? कोठे भरतो ?

(आ) तुम्ही आठवडी बाजारातून काय काय विकत आणता ?

- पाहा. ऐका. म्हणा. वाचा.

टेकडी

टमाटे

बटाटे

कांदे

पालक

पेढा

ओढा

ओळ

फुले

फुगे

- जोडीतील शब्द ऐका. सारख्या अक्षरांखाली रेघ ओढा. रेघा ओढलेली अक्षरे वाचा.

घर - घरटे	छत - छत्री	खराटा - खडू	वही - वहिदा
टमाटे - बटाटे	फुले - फुगे	पेढा - ओढा	ओढा - ओळ

• ऐका. म्हणा.

घ छ ख व टे फु ढा ओ

• पाहा. ऐका. समजून घ्या. वाचा.

ट	े	टे	ढ	ा	ढा	फ	ु	फु			
घ	ा	घा	घ	ी	घी	घ	ु	घु	घ	े	घे

• पाहा. ऐका. म्हणा. वाचा.

खवा छान खेकडा घेवडा वाच वाढ वास ओढा खाडी वडी

वाहने फुगडी गुलाल एकटा नखे छाती थुईथुई छुमछुम छनछन घरघर खाडखाड

• चित्रे पाहा. नावे वाचा.

कढई

वाघ

वीट

थवा

मुलगी

• पाहा. ऐका. म्हणा. वाचा.

गुलाब

जाई

जास्वंद

चाफा

सदाफुली

शेवंती

• ऐका. म्हणा. शब्दांची गाडी तयार करा.

उदा., १. वास → सडक → कपाट → टप → पाऊस → सहल → लाडू

२. ओढा → ढाल → लसूण → नथ → थवा

३. एक → कडक → कान → नाक → कप → पाय → ये

• उपक्रम : आई किंवा वडिलांबरोबर आठवडी बाजारात फिरा. तेथे कोणकोणत्या वस्तू आहेत ते पाहा. विक्रेता-गिऱ्हाईक एकमेकांशी काय बोलतात, कसे बोलतात ते ऐका. बाजाराचे वर्णन वर्गात सांगा.

शिक्षकांसाठी : या पाठापर्यंत झालेल्या अक्षरांना ा, ी, ु, ू, े ही चिन्हे जोडून अक्षरे फलकावर लिहावी. वाचून दाखवावी. विद्यार्थ्यांकडून वाचून घ्यावी. 'शब्दांची गाडी' हा खेळ समजावून सांगावा. हा खेळ वर्गात घ्यावा. विद्यार्थ्यांनी सांगितलेले शब्द फलकावर लिहावे. वाचून घ्यावे.

• शब्द–चित्र–शब्द यांच्या जोड्या लावा.

चाफा		शेवंती	जास्वंद		सदाफुली
शेवंती		गुलाब	सदाफुली		जाई
गुलाब		चाफा	जाई		जास्वंद

• पाहा. गिरवा. लिहा. वाचा.

ट	टा	टी	टु	टू	टे ....
ढ	ढा	ढी	ढु	ढू	ढे ....
च	चा	ची	चु	चू	चे ....
छ	छा	छी	छु	छू	छे ....
घ	घा	घी	घु	घू	घे ....
ध	धा	धी	धु	धू	धे ....

• वरील अक्षराने सुरुवात किंवा शेवट होणारे तुम्हांला माहीत असलेले शब्द सांगा.

• पाहा. समजून घ्या. वाचा.

फूल

फुले

फुगा फुगे

मुलगा

मुलगे

• वरील शब्द वापरून वाक्ये बनवा.

शिक्षकांसाठी : घ, ध, छ, व, क या अक्षरांना ा, ी, ु, ू, े ही चिन्हे जोडून वाचन व लेखनाचा सराव घ्यावा.

१९. शब्दबाग – २

• शब्द ऐका. वाचा. दाखवा.

लावा	मान	वाघ	वाक	हाक	पकड	साफ
नाक	ढाल	मागा	फणस	पळा	डावा	नाच
गाल	लढाई	थवा	वाल	पेढा	पेन	पूस
साप	आण	आला	गारा	ताक	सई	ढग
हसा	छान	माड	मामा	ओढा	छान	ओता

आ	ण	ढ	ग	ह	छा	न
ला	वा	घ	प	सा	प	थ
ना	क	हा	क	फ	ळा	वा
च	मा	मा	ड	ण	ल	ओ
पे	न	गा	पू	स	ढा	ता
ढा	ल	रा	डा	वा	ई	क

• वरील शब्दांशिवाय चौकोनात लपलेले आणखी शब्द शोधा.

• वरील शब्द वापरून वाक्ये तयार करा. वाचा.

• वाचा.

गा, खा, या, हा, ही, पी, धू, घे, ने, आण, वाढ,

काढ, पाहा, आला, आली, आले, पाणी, गाणी, मी

उदा., पाणी पी.

● पाहा. बोला.

२१. प्रदर्शन

- ऐका. म्हणा.

आमच्या गावात प्रदर्शन भरले होते.

त्यात विविध वस्तू होत्या.

आम्ही संध्याकाळी प्रदर्शन पाहायला गेलो.

सगळीकडे दिव्यांच्या माळा लावल्या होत्या.

प्रदर्शनात खूप वेगवेगळ्या वस्तू होत्या.

आम्ही खेळणी बघितली.

मला एक बाहुली आवडली.

बाहुली खूप ऐटदार होती.

तिची कळ फिरवली, की

आवाज ऐकू यायचा – ट्रिंग ट्रिंग ट्रिंग.....

मला मजा वाटली.

मी ती बाहुली विकत घेतली.

फिरता फिरता बाबांनी शेतीची औजारे

दाखवली.

माहिती सांगितली.

प्रदर्शन पाहून आम्ही बाहेर पडलो.

येताना आजोबांसाठी औषधे घेतली.

- पाहा. ऐका. म्हणा.

खेळणी	बाहुली	ऐटदार	ऐकणे	औजारे	औषधे	संध्याकाळ	माळ	कळ

- प्रदर्शनात कोणकोणत्या वस्तू असतात ? त्यांची नावे सांगा ?

- प्रदर्शनातील कोणत्याही पाच वस्तूंचे उपयोग सांगा.

- तुम्हांला आवडलेल्या वस्तूंच्या अंदाजे किमती सांगा.

२२. आम्ही खरेदी करतो

- चित्र पाहा. चित्रात काय काय दिसते ते सांगा.

- वस्तू पाहा. त्यांच्या किमती पाहा. वस्तूंची नावे व किमती सांगा.

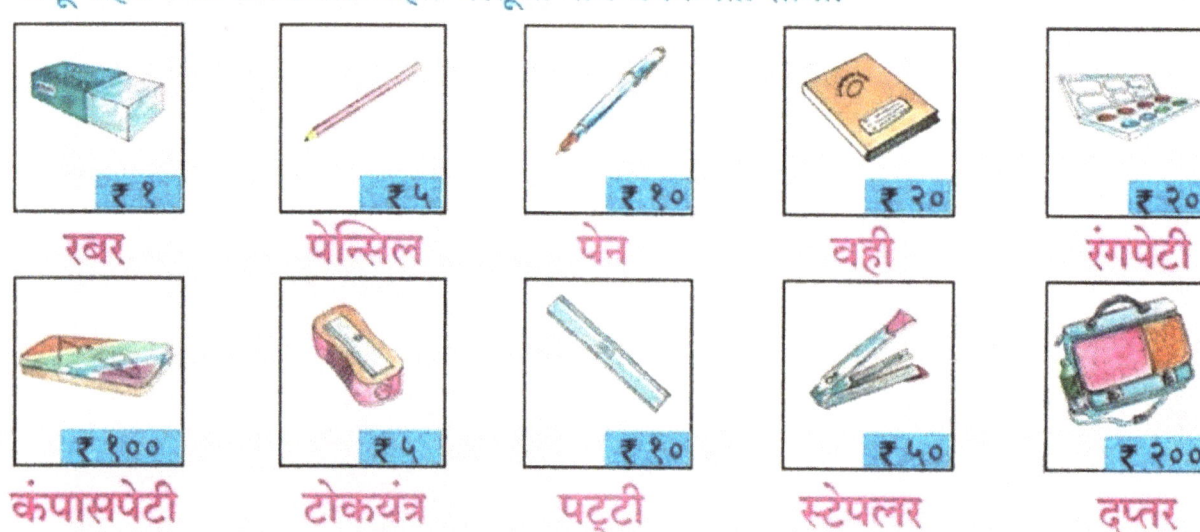

₹१	₹५	₹१०	₹२०	₹२०
रबर	पेन्सिल	पेन	वही	रंगपेटी

₹१००	₹५	₹१०	₹५०	₹२००
कंपासपेटी	टोकयंत्र	पट्टी	स्टेपलर	दप्तर

- खालील नोटा व नाण्यांचे निरीक्षण करा. त्या किती किमतीच्या आहेत ते सांगा.

- **उपक्रम :** कोऱ्या कागदाखाली नाणे ठेवा. कागदावर पेन्सिलने हलक्या हाताने घासा. छाप तयार होईल. आणखी कशाकशाने छाप तयार करता येतील, त्याचा विचार करा व छाप तयार करा.

शिक्षकांसाठी : प्रत्यक्ष नाणी, नोटा किंवा त्यांची प्रतिरूपे विद्यार्थ्यांना हाताळण्यास द्यावी. ते ओळखण्यास सांगावे. शिक्षकांनी वस्तू व त्यांच्या किमती यावर विद्यार्थ्यांशी गप्पा माराव्या. प्रश्न विचारावे. वर्गात दुकान लावावे. त्यात वस्तू ठेवाव्या. टेबलावर नाणी, नोटा ठेवाव्या. तिथल्या नाणी, नोटा घेऊन विद्यार्थ्यांना खरेदी करायला सांगावे. ग्राहक व दुकानदार यांच्या भूमिका आलटून पालटून करायला सांगाव्या. विद्यार्थ्यांना नोटांची उलट बाजू पाहायला सांगावी. त्यावर काय काय लिहिले आहे ते विचारावे.

२३. मामाची आमराई

• ऐका. म्हणा.

उन्हाळ्याची सुट्टी लागली.
कैलासमामाचा फोन आला.
आम्ही मामाच्या गावी गेलो.
मामाने आमराईत नेले.
हिरव्यागार कैऱ्या पाहिल्या.
तोंडाला पाणी सुटले.
मामाने हे ओळखले.
छानछान कैऱ्या तोडल्या.
कैऱ्या कापल्या.
फोडींना तिखटमीठ लावले.
आम्ही आवडीने कैऱ्या खाल्ल्या.

• पाहा. ऐका. म्हणा. वाचा.

कैरी

फोडी

• शब्द ऐका. सारख्या अक्षरांस गोल करा. वाचा.

औ जा र
ष
ध

ऐ ट दा र
क
णे

कै ला स
री

मा
क ळ

• ऐका. म्हणा.

औ ऐ कै ळ

• पाहा. ऐका. समजून घ्या. वाचा.

कै	ै	क

• ै हे चिन्ह गिरवा. शब्द ऐका. वाचा.

शला, चन, मना, फलाव, थली, कलास, करी.

- अक्षरे जुळवा. शब्द बनवा. वाचा.

उदा., चटणी, शेव.

ओ फु डा न
औ ब चि स त
ए पा शे ड गा ट
ऐ णी बा व च
कै के की
णू जा री
पै र से धू

- पाहा. गिरवा. लिहा. वाचा.

ै .... ॲ .... ऐ .... ओ .... ऑ .... औ ....

- खालील चित्रांची नावे पूर्ण करा.

........ण

........प

शेप........

........ट

........ढा

........से

........त

........डका

........गडी

........टा

- पाहा. ऐका. म्हणा. सांगा.

हसरा
हुशार
प्रेमळ
धाडसी
अबोल
धडपड्या
मदत करणारा
चांगला
माझा मामा असा

शिक्षकांसाठी : या पाठापर्यंत झालेल्या अक्षरांना '‍ै' हे चिन्ह जोडून अक्षरे फलकावर लिहावी. वाचून दाखवावी. विद्यार्थ्यांकडून वाचून घ्यावी. मामा कसा हे वेगवेगळ्या शब्दांनी सांगितले आहे. याप्रमाणे विद्यार्थ्यांना त्यांचा मित्र कसा हे विचारावे.

२४. सारे कसे छान !

- ऐका. म्हणा.

गावाजवळ नदी,
नदीत पाणी,
पाण्यात मासा,
झोपतो कसा ?

झोपडीजवळ झाड,
झाडावर पक्षी,
पक्ष्याच्या पंखांवर,
छानछान नक्षी.

झाडाजवळ शाळा,
शाळेत मुले,
बागेत जशी,
डोलतात फुले.

- पाहा. ऐका. म्हणा. वाचा.

पक्षी 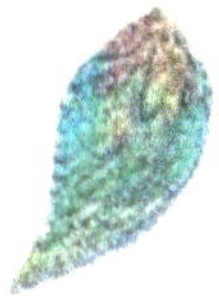   नक्षी   झोपडी   झोप   झाड

- शब्द ऐका. सारख्या अक्षरास गोल करा.   • गोलातील अक्षरे वाचा.

झो	प
प	
डी	

	प
न	क्षी

झो   क्षी

- पाहा. ऐका. समजून घ्या. वाचा.

क्ष ी क्षी	झ ो झो	क्ष ो क्षो	झ ी झी

- पाहा. गिरवा. लिहा. वाचा.

२५. शाळेतील एक दिवस

• ऐका. म्हणा.

आज शाळेत धमाल झाली.

आम्ही खूप कमाल केली.

सकाळी क्रिकेटचा सामना झाला.

दीपालीने अचूक गोलंदाजी केली.

रियाने दोन षट्कार मारले

आणि आमचा संघ जिंकला.

दुपारी मुलामुलींसाठी रांगोळी स्पर्धा होती.

रितेशने जिराफाचे चित्र काढले.

बबिताने दिवा काढला.

कविताने बदक काढले.

जितूने षट्कोनात रांगोळी काढली.

सगळे पाहुण्यांची वाट पाहू लागले.

पाहुणे रिक्षाने आले.

रांगोळ्या पाहिल्या.

सगळ्यांचे कौतुक केले.

आजचा दिवस मजेत गेला.

• पाहा. ऐका. म्हणा. वाचा.

जिराफ    दिवा    बदक   षट्कोन   रिक्षा

• शब्द ऐका. म्हणा.

दिवस दीपाली रिया षट्कार रितेश जिराफ बबिता दिवा बदक षट्कोन रिक्षा जितू.

• शब्द ऐका. पाहा. सारख्या अक्षरांखाली रेघ ओढा. सारखी अक्षरे वाचा.

| दिवस दिवा | रिया रिक्षा रितेश | जिराफ जितू | षट्कोन षट्कार | बबिता बदक |

- ऐका. पाहा. वाचा.

दि   रि   जि   ष   ब

- पाहा. ऐका. समजून घ्या. वाचा.

द ि दि	र ि रि	ज ि जि	ष ि षि	ब ि बि

- चित्रे पाहा. नावे लिहा.

....

- अक्षरे जुळवा. शब्द बनवा. वाचा.

उदा., नजर, मैदान.

- खालील शब्द वाचा.

कळी काळी केळी
पट पाट पाटी पेटी पोट
मळ माळ माळा मुळा मूळ मोळी
सर सार सारा सरी सारी
दर दार दूर दोर

- पाहा. लिहा. वाचा.

द ..... दा ..... दि ..... दी ..... दु ..... दू ..... दे ..... दै ..... दो .....
र ..... रा ..... रि ..... री ..... रु ..... रू ..... रे ..... रै ..... रो .....
स ..... सा ..... सि ..... सी ..... सु ..... सू ..... से ..... सै ..... सो .....
ख ..... खा ..... खि ..... खी ..... खु ..... खू ..... खे ..... खै ..... खो .....
व ..... वा ..... वि ..... वी ..... वु ..... वू ..... वे ..... वै ..... वो .....
ब ..... बा ..... बि ..... बी ..... बु ..... बू ..... बे ..... बै ..... बो .....
क ..... का ..... कि ..... की ..... कु ..... कू ..... के ..... कै ..... को .....
ष ..... षा ..... षि ..... षी ..... षु ..... षू ..... षे ..... षै ..... षो .....

शिक्षकांसाठी : शिकवलेल्या अक्षरांना ा ि ी ु ू े ै ो ही चिन्हे जोडून वाचन व लेखनाचा सराव घ्यावा.

२६. इलाच्या घरी

- ऐका. म्हणा.

गौरी : अगं इला, तू नव्या घरी केव्हा गेलीस ?

इला : मागच्या रविवारी.

गौतम : कसं आहे तुझं घर ?

इला : छान आहे. उद्या रविवार आहे.
मी पत्ता सांगते. तुम्ही उद्याच या माझ्या घरी.

उषा : आम्ही उद्या अकरा वाजता तुझ्या घरी येऊ.

(सगळेजण पत्ता शोधत शोधत इलाच्या घरी येतात. इलाची आई सर्वांचे स्वागत करते.)

अंकिता : अय्याऽऽ ! इला, कसलं हे तुझं घर !
ही तर उंच इमारत आहे.

अंजू : आणि इमारतीभोवती छान फळबाग आहे.

रेहाना : आम्ही बागेत फिरलो. आंबा, कवठ, बोर,
पपई अशी वेगवेगळी फळझाडं पाहिली.

**इलाची
आई** : मुलांनो, तुम्ही आमच्या घरी आलात.
गोडगोड खाऊ खा. माठातलं गारगार
पाणी प्या. खेळा. मजा करा.

(मुले थोडा वेळ खेळतात.)

गौरी : इला, काकू येतो आम्ही.

सर्वजण : व्वा ! आजची सुट्टी मजेत गेली.

- पाहा. ऐका. म्हणा. वाचा.

इमारत

कवठ

माठ

पेला

- शब्द ऐका. सारख्या अक्षरांखाली रेघ ओढा. सारखी अक्षरे वाचा.

इला, इमारत | गौतम, गौरी | उषा, उद्या | अंकिता, अंजू | कवठ, माठ

- ऐका. पाहा. वाचा.

इ | गौ | उ | अं | ठ

- पाहा. गिरवा. लिहा. वाचा.

उ .... अं .... ं ....

ठ ...... ठा ...... ठि ...... ठी ...... ठु ...... ठू ...... ठे ...... ठै ...... ठो ...... ठौ ......

ळ ...... ळा ...... ळि ...... ळी ...... ळु ...... ळू ...... ळे ...... ळै ...... ळो ...... ळौ ......

- पाहा. ऐका. समजून घ्या. वाचा.

ग ौ गौ | ठ ौ ठौ

- शब्द बनवा.

उदा., अ न स न – अननस.

(अ) का ड ए – ....

(आ) स ई म – ....

(इ) क ड मा – ....

(ई) न मा – ....

(उ) पा क ल – ....

(ऊ) ल ण सू – ....

(ए) क क ड – ....

(ऐ) ला ला ले ल – ....

(ओ) कू ड ला – ....

(औ) सा फ फ सू – ....

२७. भिंगरी

- **ऐका. म्हणा.**

एक होती मेरी,
तिला सापडली भिंगरी.
भिंगरी फिरवली गरगर,
भिंगरीला आली चक्कर.
भिंतीला दिली तिने टक्कर.

- **पाहा. ऐका. म्हणा. वाचा.**

भिंगरी

भिंत

- **शब्द ऐका. सारखी अक्षरे ओळखा. वाचा.**

भिंगरी
भिंत
भिं

- **पाहा. ऐका. समजून घ्या. वाचा.**

भि	ं	भिं
भ	ि	भि

- **चित्रे पाहा. गिरवा. नावे पूर्ण करा.**

भिंत

चिंच

मुंगी

कंगवा

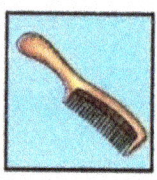

- **पाहा. गिरवा. लिहा. वाचा.**

भ भा भि भी भु भू
भे भै भो भौ भं
ज जा जि जी जु जू
जे जै जो जौ जं

• पाहा. वाचा. लिहा.

(अ) मंदार मंडईत आला.
संतोषला आनंद झाला.

(आ) नंदन आला. चंदन आला.
रंजना आली. वंदना आली.
रंगत गेली अंगतपंगत,
अंगणात आली गंमतजंमत.

• अक्षरे जोडा. शब्द वाचा. लिहा.

उदा., नंदन.

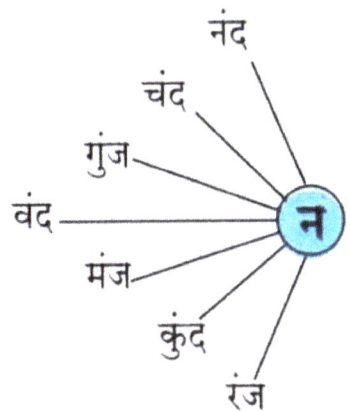

• पहिल्या अक्षरावर अनुस्वार द्या. वाचा.

बगला, अग, सुदर, कुपण, आबा, रग, भुगा, उच, डोगर

• योग्य अक्षरांवर अनुस्वार द्या.

आबा	सगीत	तोड	भाडण
करवद	आनद	सफरचद	पतग
जगल	भुगा		

• ऐका. म्हणा. वाचा.

अ	आ	इ	ई	उ	ऊ	ए
अॅ	ऐ	ओ	ऑ	औ	अं	अः
	क	ख	ग	घ	ङ	
	च	छ	ज	झ	ञ	
	ट	ठ	ड	ढ	ण	
	त	थ	द	ध	न	
	प	फ	ब	भ	म	
	य	र	ल	व		
	श	ष	स	ह	ळ	
	क्ष	ज्ञ				

२९. लिहूया, वाचूया

* लिहूया, वाचूया.

	ा	ि	ी	ु	ू	े	ॅ	ै	ो	ॉ	ौ	ं	:
क	का	कि	की	कु	कू	के	कॅ	कै	को	कॉ	कौ	कं	कः
ख													
ग													
घ													
च													
छ													
ज													
झ													
ट													
ठ													
ड													
ढ													
ण													
त													

शिक्षकांसाठी : विद्यार्थ्यांकडून शिकवलेल्या सर्व मुळाक्षरांना ा ि ी ु ू े ॅ ै ो ॉ ं : ही चिन्हे जोडून वाचन व लेखनाचा सराव घ्यावा.

- शब्द ऐका. वाचा. वाक्ये तयार करा.

भाजी	फुले	दे	आण
चटई	गाणी	घे	लाव
पाणी	भाकरी	गा	ऊठ
घर	दरवाजा	पी	उघड
पक्षी	वही	खा	लाव
नक्षी	झोप	जा	बघ
घड्याळ	बाग	ये	लवकर

उदा., घड्याळ बघ. पाणी आण. पाणी पी. फुले दे. गाणी गा. दरवाजा उघड.

- तुम्ही सांगितलेल्या वाक्याच्या सुरुवातीला तुमच्या मित्राचे/मैत्रिणीचे नाव घालून वाक्ये पुन्हा सांगा.

उदाहरणार्थ :

अनिता घड्याळ बघ.

चेन्नक्का पाणी आण.

माया पाणी पी.

धीरू फुले दे.

धर्मण्णा गाणी गा.

पंकज दरवाजा उघड.

- वरील वाक्ये वाचा.

३१. आमची सहल

● **वाचा.**

आमची सहल मधुबन बागेत गेली होती. बाग सुंदर आणि मोठी होती. बागेत विविध फुला-फळांची झाडे होती. झाडांवर पक्षी होते. सगळीकडे सुंदर हिरवळ होती. बागेत पाण्याचा हौद होता. हौदात कारंजे होते. घसरगुंडी, झोपाळा, सी-सॉ होते. सगळे खूप खेळले. खूप मजा आली.

बागेत सुंदर सुंदर फुले फुलली होती. फुलांभोवती रंगीबेरंगी फुलपाखरे फिरत होती. मला एक फूल खूप आवडले. ते फूल तोडावेसे वाटले. मी फुलाजवळ गेलो. फुलाला हात लावला; पण लगेच मला आठवले. बागेत शिरताना बाईंनी सूचना दिली होती – 'बागेत सगळीकडे फिरा. गमतीजमती पाहा. सुंदर पाने, फुले पाहा. मजा करा. खूप खेळा, पण कशाला हात लावू नका. पानेफुले तोडू नका. ती बागेची शोभा आहे.'

मी लगेच हात मागे घेतला. फुलांकडे पाहिले. झाडांवर फुले डोलत होती. सगळी मुले आनंदाने नाचत होती.

● **सांगा.**

(अ) सहल कोठे गेली होती ?

(आ) फुलाला हात लावताच मुलाला काय आठवले ?

(इ)   बाईंनी कोणती सूचना दिली होती ?

● **काय ते सांगा.**

(अ) सुंदर ⋯⋯⋯   (आ) सुंदर सुंदर ⋯⋯⋯   (इ)   रंगीबेरंगी ⋯⋯⋯